Uamuzi

Imeandikwa na Ursula Nafula

Imechorwa na Vusi Malindi

Library For All Ltd.

Uamuzi

Toleo hili lilichapishwa 2022

Imechapishwa na Library For All Ltd
Barua pepe: info@libraryforall.org
URL: libraryforall.org

Library For All inatoa shukrani na inathamini michango ya wote waliofanikisha matoleo ya awali ya kitabu hiki.

African Storybook.org

www.africanstorybook.org

Michoro asilia imechorwa na Vusi Malindi

Uamuzi
Nafula, Ursula
ISBN: 978-1-922876-33-1
SKU02807

Uamuzi

Kijiji changu kilikuwa na matatizo mengi. Tulipanga foleni ndefu tukisubiri kuchota maji kutoka mfereji mmoja.

Tulisubiri kupokea msaada wa chakula.

Tulifunga nyumba zetu
mapema kwasababu
ya wizi.

Watoto wengi waliacha shule.

Wasichana wadogo walifanya kazi za nyumbani kwenye vijiji vingine.

Wavulana wadogo waliranda randa kijijini na wengine walifanya kazi kwenye mashamba ya watu.

Upepo ulipovuma,
ulipeperusha karatasi
chafu na kuzifikisha
mitini na uani.

Watu walikatwa na vipande vya chupa vilivyotupwa ovyo ovyo.

Halafu siku moja, mfereji wa maji ulikauka na mitungi yetu ikawa mitupu.

Baba yangu alitembea nyumba hadi nyumba akiwaomba watu kuhudhuria mkutano wa kijiji.

Watu walikusanyika
chini ya mti mkubwa
na kusikiliza.

Baba yangu alisimama na kusema, "Tunahitaji kusaidiana kutatua matatizo yetu."

Juma, mtoto wa miaka minane aliyekuwa amekaa kwenye tawi la mti, alisema kwa sauti, "Naweza kusaidia na usafi."

Mwanamke mmoja alisema, "Sisi wanawake tunaweza kuungana na kulima."

Mwanamume mwingine
alisimama na kusema,
"Wanaume watachimba
kisima cha maji."

Sote tulisema kwa sauti moja, "Lazima tubadilishe maisha yetu." Tangu siku hiyo, tulifanya kazi pamoja kutatua shida zetu.

Unaweza kutumia maswali haya kuzungumza kuhusu kitabu hiki na familia yako, marafiki na walimu.

Umejifunza nini kutoka kwenye kitabu hiki?

Elezea kitabu hiki kwa neno moja. Kinachekesha? Kinatisha? Kina rangi nzuri? Kinavutia?

Je, kitabu hiki kilikufanya ujisikie vipi ulipomaliza kukisoma?

Ni sehemu gani uliipenda zaidi kwenye kitabu hiki?

Pakua programu yetu ya msomaji
getlibraryforall.org

Kuhusu wachangiaji

Library For All hufanya kazi na waandishi na wachoraji kutoka duniani kote ili kutengeneza hadithi mbalimbali, zinazofaa na za ubora wa juu kwa wasomaji wachanga.

Tembelea libraryforall.org
upate habari mpya kuhusu matukio ya waandishi na semina, vigezo vya uwasilishaji wa hadithi na fursa nyingine zenye ubunifu.

Je, ulifurahia kitabu hiki?

Tuna mamia ya hadithi za asili zilizoratibiwa kwa ustadi zaidi unazoweza kuchagua.

Tunafanya kazi kwa ushirikiano na waandishi, waelimishaji, washauri wa kitamaduni, serikali na mashirika yasiyo ya kiserikali ili kuleta furaha ya kusoma kwa watoto kila mahali.

Ulijua?

Tunaleta mchango mkubwa kimataifa katika nyanja hizi kwa kukumbatia Malengo ya Maendeleo Endelevu ya Umoja wa Mataifa.

librayforall.org

www.ingramcontent.com/pod-product-compliance
Lightning Source LLC
Chambersburg PA
CBHW040313050426

42452CB00018B/2820